Napenda Kusoma

Imeandikwa na Letta Machoga

Imechorwa na Wiehan de Jager

Library For All Ltd.

Napenda Kusoma

Toleo hili lilichapishwa 2022

Imechapishwa na Library For All Ltd
Barua pepe: info@libraryforall.org
URL: libraryforall.org

Library For All inatoa shukrani na inathamini michango ya wote waliofanikisha matoleo ya awali ya kitabu hiki.

www.africanstorybook.org

Michoro asilia imechorwa na Wiehan de Jager

Napenda Kusoma
Machoga, Letta
ISBN: 978-1-922876-40-9
SKU02816

Napenda Kusoma

Ninapenda kusoma.

Nimsomee nani?

Mdogo wangu amelala.

Nimsomee nani?

Mama na bibi
wana kazi.

Nimsomee nani?

Baba na babu
wana kazi.

Nimsomee nani? Nijisomee mwenyewe!

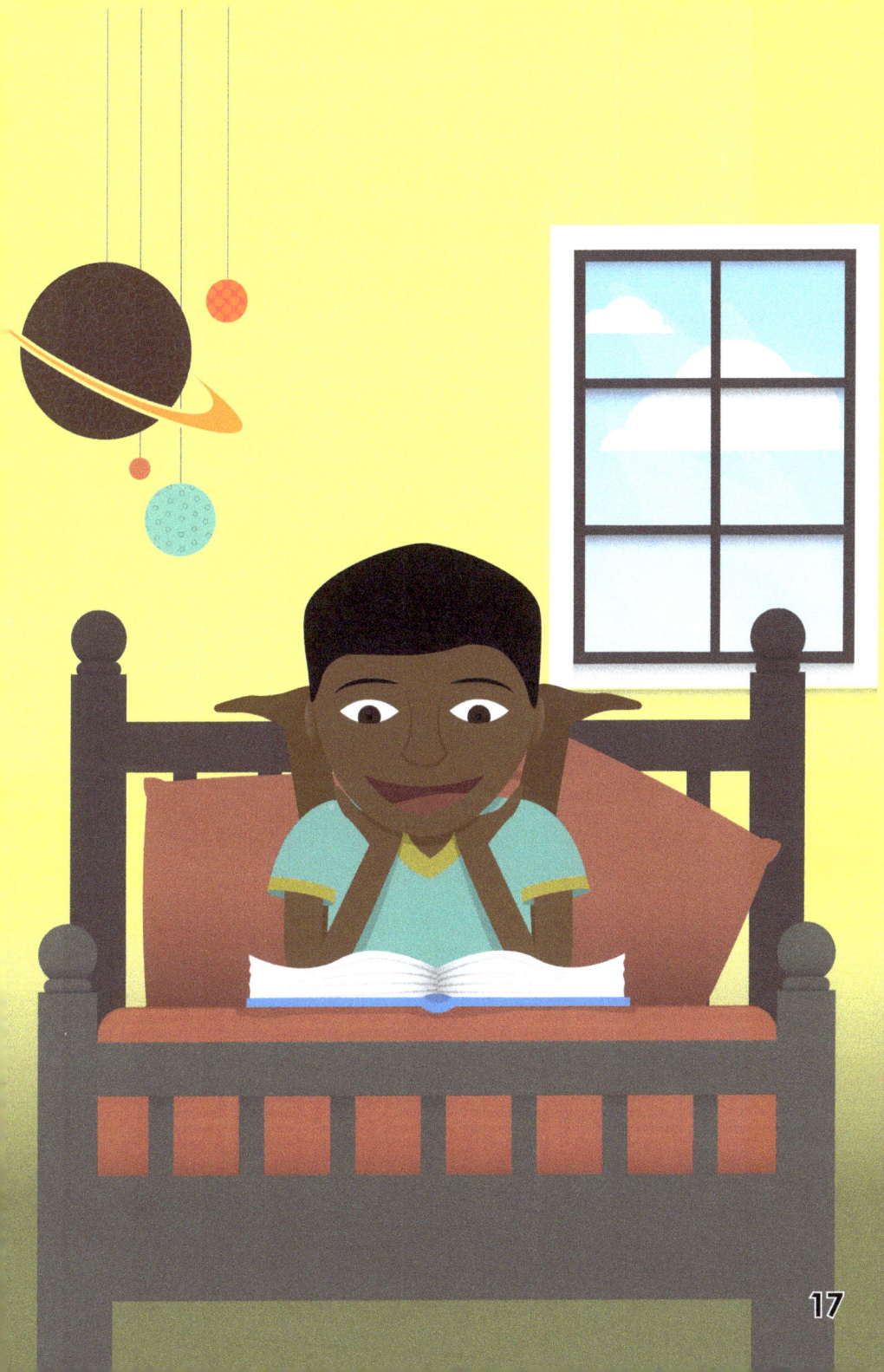

Unaweza kutumia maswali haya kuzungumza kuhusu kitabu hiki na familia yako, marafiki na walimu.

Umejifunza nini kutoka kwenye kitabu hiki?

Elezea kitabu hiki kwa neno moja. Kinachekesha? Kinatisha? Kina rangi nzuri? Kinavutia?

Je, kitabu hiki kilikufanya ujisikie vipi ulipomaliza kukisoma?

Ni sehemu gani uliipenda zaidi kwenye kitabu hiki?

Pakua programu yetu ya msomaji
getlibraryforall.org

Kuhusu wachangiaji

Library For All hufanya kazi na waandishi na wachoraji kutoka duniani kote ili kutengeneza hadithi mbalimbali, zinazofaa na za ubora wa juu kwa wasomaji wachanga.

Tembelea libraryforall.org
upate habari mpya kuhusu matukio ya waandishi na semina, vigezo vya uwasilishaji wa hadithi na fursa nyingine zenye ubunifu.

Je, ulifurahia kitabu hiki?

Tuna mamia ya hadithi za asili zilizoratibiwa kwa ustadi zaidi unazoweza kuchagua.

Tunafanya kazi kwa ushirikiano na waandishi, waelimishaji, washauri wa kitamaduni, serikali na mashirika yasiyo ya kiserikali ili kuleta furaha ya kusoma kwa watoto kila mahali.

Ulijua?

Tunaleta mchango mkubwa kimataifa katika nyanja hizi kwa kukumbatia Malengo ya Maendeleo Endelevu ya Umoja wa Mataifa.

libraryforall.org